வழியற்ற வலிகள் – 1

கலைத்தென்றல்.மு

ஏலே பதிப்பகம்

வழியற்ற வலிகள் 1 – நாவல்
© கலைத்தென்றல்.மு 2021
எழுத்தாளர்: கலைத்தென்றல்.மு
முதல் பதிப்பு: அக்டோபர் 2021

வெளியீடு:
ஏலே பதிப்பகம்
5/175, பாத்திமா நகர்,
கூத்தென்குழி,
திருநெல்வேலி – 627104
தொடர்புக்கு: 9944992571

Vazhiyattra valigal – Novel
All Copy Rights Reserved By © Kalai Thendral.M 2021
Author: Kalai Thendral.M
First Edition: October 2021

Published By:
Aelay Publish
5/175, Fathima nagar,
Kuthenkuly,
Tirunelveli -627104
Phone: 9944992571

Design And Executed by

ISBN : 9789355330437
Page : 50

தூய்மை

மண்ணில் மாயும் ஒவ்வோர் உயிருக்கும் இனமாய்
மற்றொரு உயிர் பிறக்கிறது என்பது நியதிாகிறது.
அப்படி வாழும் உயிர்காலத்தில் ஒரு உயிரளிக்கும்
அன்னையின் அழுகையொடு ஒரு தொடக்கம்...

கட்டிலில் சிக்கித் தத்தளிக்கும் தாயின்
அழுகுரலும்...பசியில் தாய்ப்பாலுக்கு ஏங்கித்
தாயைத்தேடிக் கதறும் குழந்தையின் அழுகுரலும்,
அலையடித்திடும் கடலைக்கடந்துச் செவிகளுக்குள்
கேட்கிறது.

கணவனை இழந்துக் கண்ணீரில் தன் உடலை
இரசிப்போர்க்கெல்லாம் அளித்துத் தன்னை வருத்தி
தன் மகனை வளர்க்க நினைப்பவள் அவள்.

தன் அன்னையின் நிலையைப் புரிந்திடக்கூட
இயலாது பசியினால் ஏங்கித் தவிக்கும் தாயின்
மடித்தேடித் தவிக்கும் பிள்ளை அவன்.

கறைப்படிந்துக் கிடக்கும் அவள் மடியினில்
அவனைச் சுமக்கத் தேடுகிறாள். அவன் கண்ணீரைத்
துடைக்கத் தேங்கியது அவள் கண்ணில் தண்ணீர்.
தவித்த தன் மகனின் தாகத்தையும் பிரிவினால்
தனிமையையும் போக்கி மார்ப்போடுச் சாய்த்துத்
தாலாட்டுப் பாடினாள்.

அந்தரங்க மேடையிலே உன் அன்னை
ஒரு நாயகி...
தனித்திடக்கூடாது மகனே...
நீ இவ்வுலகின் நாயகன்!
நசுக்கும் சூழ்நிலைகளில் நீராடு...!
வாழ்வில் உன் புகழ் வானோடு...!
கண்ணுறங்கு கண்ணா...விண்ணுலகம் நாளை
உன்னறங்கு...

தன் வலியை மறைத்துத் தன் மகனை நினைத்து,
தன்னை மறைக்க வழி செய்தாள். வெற்றிடம்
நிறம்பிய அவள் மனதில் இன்னலும் ஏழ்மையின்
பின்னலுமே நிறைந்தது.
இந்நிலையை மறைக்கத் தன்னை உறுக்கி நஞ்சைக்
கிடித்தாள். நஞ்சை உடலில் சுமந்தும் பிள்ளையை
நெஞ்சில் சுமந்துத் தேடி ஓடினாள் அவனின்
வெளிச்சத்தை நோக்கி...

தன்னிலைத்தடுமாறி மெல்ல மெல்ல நகர்ந்துக்
கடலோறக் குப்பத்துக் குடிலைத் தட்டினாள்.
வாயில் குருதியுடனும் உடலில் பதட்டத்துடனும்
தட்டுத்தடுமாறிய அவள், இரண்டு பெண்
பிள்ளைகளோடு ஒரு தந்தை இருப்பதையறிந்தும்
பெருமகிழ்ச்சியடைந்தாள்.
அவரிடன் தனக்கு நேர்ந்த அனைத்தையும்
உறைத்தால். தன் பிள்ளையை வளர்க்க தன்னிடம்
இருப்பது கற்பு ஒன்றே...உயிர் நீங்கும் முன்
அனுபவித்துக்கொள்ளக் கேட்டுக்கொண்டாள்
அவரிடம்.

அவள் நிலையைப் புரிந்துக்கொண்ட அவர்,
குழந்தையைப் பெற்றுக்கொண்டு அவளின்
சத்தியம் ஒன்றே போதுமானது எனக்கூறியப்பின்
தன் மகனை மார்ப்போடணைத்து, தன்னால் அவன்
பசியைப் போக்கவியலாது என்ற கண்ணீரோடு
முத்தமிடுகிறாள்.
முகத்தில் மிக மகிழ்வோடு கண் மூடுகிறாள்
அன்னை.

நிலைக்குலைந்தவளின் நிலையைக்கேட்டு
மெய்யசையா நிற்கும் அவருக்குள் எண்ணிய
எண்ணமோ...தன்மீது கறைப்பட்டும் தன்
பிள்ளைக்குப் பசிமறக்கச் செய்வித்தவளின்
தூய்மையை உணரச்செய்வித்ததும், அவன்
நிலையில் அவனை வளர்த்ததுமே.

கடலெனவும் வானெனவும் பரந்தது
உன் அன்னையின் மணம்...
உனக்கென எண்ணி உன் பசிக்காக
துட்சமெனவானது அவள் மானம்...
மணந்தவனின் குணம் சுயநலத்தினால்
நிறைந்திட்டாலும், தன்னலம் எண்ணாமல்
தன்னையளித்து உன்னை வளர்த்தாள்...
தடமும் உனதே இனி...திடமாய் வாழ்வாய்
துணையாய் நான்...வாழ்வோம் நாம்!

என்றுரைத்து அவனை மகனாய் ஏற்றுக்கொண்டார்.
அவன் அன்னையின் கல்லறை வரை
ஆகவேண்டியச் சீமக்காரியங்களைத் தானே
முடித்து வைத்தார்.

தந்தைப்போன்றே உன்மையான அன்பு மட்டுமே தெரிந்தப் பெண் பிள்ளைகள் இருவரும் அவனை தம்பியாகவேற்றுக் கொஞ்சிக்குளைந்துக்கொண்டனர். இன்னலும் இடர்பாடுகளும் இருப்பினும் பிள்ளைகளை வளர்ப்பதில் விந்தைச் செய்பவர் அவர். கட்டிலில் பிள்ளைகள் ஒன்றையொன்று விளையாடிக்கொண்டிருக்கும் காட்சி, ஈன்றப் பிள்ளை இல்லையெனினும் கண்களில் ஆனந்தம் பொங்கியது.

தானாய் கிடைத்தப் பிள்ளையன்றும் தங்கத்தைப்போன்றே எண்ணிக்கொள்ளும் தந்தை. தம்பியென விட்டுக்கொடுத்து வாழும் உடன்பிறவா சகோதரிகள், இருவருக்குமே உயிரென மாறியவன். மெல்ல மெல்லக் குழந்தையாகயாகியவன் நினைவுகள் கொண்டு குடும்பமாக்கிக் கொண்டான். அவரோ சாதாரன மீனவராகவும், கிறித்தவ தூய ஆலையில் கூலித்தொழிலாளியாகவும் பணிப்புரிந்து வருகிறார். வளர்ந்து வரும் பிள்ளைகளின் நிலையில் அடுத்து நடக்கும் சிக்கலோடுத் தொடக்கம்...

(குப்பத்தில் எந்தவித சிக்கலுமின்றி மிகுந்த மகிழ்வோடு வாழ்ந்து வந்தனர்.)
அடுத்த நாள் காலை வேலையில் குப்பத்துக் குப்பைத்தொட்டி ஒன்றில் அக்குப்பத்துப் பெண் ஒருவரின் சடலம் மிகுந்த வெட்டுக்காயங்களோடும் அரைநிர்வாணத்துடனும் காணப்பட்டது. அதனைக் கண்டக் குப்பத்து மக்கள் அனைவரின் மனதிலும்

வாழ்க்கையில் இதுவரை கண்டிராத அளவு அச்சம் காணப்பட்டது.

அவ்வளவு காயத்தோடு ஒரு பெண்ணைக் கொடுமைப்படுத்திக் கொலைச் செய்தது இதுவே முதல் தடவையாகத் தெரிந்தது அவர்களுக்கு.

காவல்துறையின் விசாரணையில் அறியப்பட்டச் செய்திகள் யாதெனில், அவர் ஒரு தற்காப்புக் காவல்துறை அதிகாரியாகப் பணியாற்றி வந்தவர் என்றும், அவர் தனது மாலைநேர பணி முடிந்து வீடு திரும்பும் வேலையில் அவரைக் கடத்தி, பூப்போன்ற மென்மையான அவள் தேகத்தை நசுக்கியும், முழுவதுமாக அடையாளம் அறியாததுப்போல் சேதப்படுத்தியும், நிலைக்குலைந்தவளை அனுபவித்தும் தன் பழிகளைத் தீர்த்துக்கொண்டும் பாவங்களைக் கூட்டிக்கொண்டதாகவும் தெரியவந்தது.
வளர்ந்து வரும் தன் பிள்ளைகளின் நிலையையும் அவர்களின் பாதுகாப்பை எண்ணியும் அவர் அச்சம் கொண்டு மனதில் நினைத்தார்...

பெண்ணாய்ப் பிறந்த இம்மண்ணில்
ஒன்றாய் வாழவிட வழியிலையெனினும் -
அவளை
ஓர் உயிராய் மதித்து வாழுங்கள்...
பூக்களை நசுக்கித்தான் பழிகளைத்
தீர்க்க வேண்டும் என்றில்லை!
வாழும் வாழ்க்கையை விண்ணோடு
வாழாதுப்போயினும்,
அவரெலாம் இம்மண்ணோடு மானத்தோடு உலவ
விடுவீர்...

என்று தன் பிள்ளைகளித்தில் உரைத்தார்.

விவரமறிந்து விவேகமாய் சிந்திக்கும் அவனுக்கோ
நிகழ்ந்த இப்பாவம் அவனுள் மறையாது நிலைத்தது.
இனிவரும் காலங்களில் விதிவழிக் கூட
இதுப்போன்று மாய்வு நிகழக்கூடாதென்று ஒரு
முடிவெடுத்தான்.
தன் சகோதரிகளைக் கண்ணாகப் பாதுகாக்கத்
தொடங்கினான்.

இருப்பினும் அக்குப்பத்து மக்களின் மனதில்
இதுவொரு மக்காதப் புவியின் நெகிழியாய்
மாறியதன்று.
அன்றிருந்து ஒரு வாரத்திற்கு அங்குள்ள மக்களைக்
காவல்துறையினர் விசாரித்தும் வந்தனர். மேலும்
தன் மனங்களில் பயத்தை நெருக்கியது
அவர்களுக்குள்.
கிறித்துவ ஆலையில் தூதரைச் சந்தித்து
ஆலோசனை கேட்டப்போது, தன் மக்களுக்குத்
தற்காப்பு ஒன்றே பாதுககாப்பனது என்றும்
அதற்காக பக்கத்தில் இருந்த தமிழ் பாரம்பரிய
தற்காப்புக்கலையான சிலம்பம் போன்று மேலும்
பல கலைகள் அறிந்தவர்களை வரவழைத்தார் அவர்.

மக்களிடத்தில் அச்சம் நிறைந்திருந்ததால் எவரும்
தன் குழந்தைகளை யாதொன்றிக்கும் வெளியனுப்ப
அஞ்சினர்.
வெற்றுக் கூறையில் தனியே ஒரு குரல்...

ஏமாற்றம்

தனியே இருக்கும் தனக்குப் பாதுகாப்பு அவசியமான ஒன்று தான் வருகிறேன் என்ற ஒரு குரல் அங்கிருந்த மொத்தக் குப்பத்துச் சனங்களையும் ஆச்சரியத்துக்குள் தள்ளியது. இருப்பினும் அப்பெண்ணின் தைரியத்தைக் கண்ட மற்றப் பெண்களும் ஆடவர்களும் கலந்துக்கொண்டனர்.

அதிகாலையில் சிலம்பமும் அந்திமாலையில் குத்துச்சண்டையும் தனித்தனியே கற்பிக்கத்தொடங்கினர்.

அவனுக்கோ இருந்த ஆர்வத்திலும் எவரையும் இழக்கக் கூடாது என்ற வேகத்திலும் சிறப்பாகக் கற்றுக்கொண்டு அனைத்து மக்களிடமும் பயிற்சியார்களிடமும் பல பாராட்டுகள் பெற்றான். மற்றும் அங்குள்ள அனைவரும் அவனிடம் கற்றுக்கொள்ள மிகுந்த ஆர்வத்தோடு விரைந்தனர். அவனுடைய சகோதரிகள் இருவருக்குமே சிறப்புப் பயிற்சிகளும் நடத்தினான் தனது வீட்டில்.

அனைவரும் அவனிடத்தில் சென்று கற்றுக்கொள்ள அவள் மட்டும் மனதில் தயக்கம் கொண்டு தள்ளியே நின்றாள். அவன் கற்றுக்கொள்கிறேன் என்றாலும் நாணத்தில் விலகியே நின்றாள். சிறுகச் சிறுக அவளது நாணம் தனிமையைப் போக்கிக் கொள்ள ஒரு துணையான காதலாய் மாறியது.

வழியற்ற வலிகள்

வெட்கத்தில் தன்னைப் போர்த்திக் கொண்டும்
ஏக்கத்தில் அவனைக் கணாவில் திட்டிக்கொண்டும்
மகிழ்ந்தாள் தனக்குள்ளேயே.

மெய்யான மொழியிலே அவன் என்னவன்...
என்னைத் தனிமையில் நீக்கத் தன்வசம்
ஈர்த்தவன்!
தனியே திறிந்த என்னை...தனக்காய் திறியச்
செய்தாய்...
வட்டமிட்டேன் உன்னைக் காண...
திட்டித்தீர்த்தேன் உன்னைக் கணாவில் நானும்!

என்றெண்ணிக் கொண்டு அவன்
வழித்தொடர்கிறாள் எந்நாளும்.

ஆந்தைகள் அலறும் ஒலி ஒன்றே கேட்கும்...அலைகள்
கறையை மோத வீசும் காற்றும் கேட்கும் வேலை
அது, அவனை நிலவொளியில் படகின் பின்
மறைந்திருந்து காதலிக்கிறாள்.
வெஞ்சுடராய் அவனுள் கிடக்கும் கனலுக்குக்
குளிரூட்ட நிலவொளியில் மணல்வெளியில்
தனிமையாய் அவன் சாயக்கிடப்பதைக் கண்டு
மெய்யசையாது அந்நிலவும் கடலும் ஓர்நாள்
பிரதிபளிப்பாலே கூடும் என்பது போல் அவனைத்
தொலைவில் நின்றே காதலிக்கிறாள்.

அப்பொழுது, படகின் பின்னே இருந்து அவளை
எவரோ பற்றியதுப்போல் இருந்தது...
அவனைக் கண்டு அழகில் மூழ்கியவளுக்கோ
யாதொரு சத்தமும் தன் செவிகளுக்கு
இனங்கவில்லை.

மெல்ல மெல்ல அவள் பக்கத்தில் இரு காலடிகள்
விரைந்துச் சென்றது.
அதில் ஒருவர் அவளது வாயைப் பொத்தி,
மற்றொருவர் அவள் கைகளைப் பற்றிக் கொண்டார்.

(கதையில் மூழ்கிய உங்களுக்கும் ஓர் சிறிய
திருப்பமே...)

கண்ணுக்குள் கண்ணாக அவனின் இரு
தாய்மார்களான சகோதரிகளே அவர்கள் இருவருமே
அது. இந்த இரவுநேரத்தில் தனித்துச் சென்ற தன்
தம்பியைத் தேடி வந்தவர்களின் கண்களில் படகின்
பின்னே மறைந்திருந்தவரின் தெரிந்த முகத்தைக்
கண்டும், அவள் மிகவும் பரவசத்துடன் யாரையோக்
கண்டிருப்பதைக் கண்டு ஆச்சரியப்பட்டனர்.
உடனடியாக அவள் அருகில் சென்றதும் அவள்
அவர்களுக்கு நன்கு அறிமுகமானவள்
என்பதையறிந்தும், வெண்ணிலவின் ஒளியில் தன்
தம்பியைத் தான் கண்டுக்கொண்டிருக்கிறாள்
என்றறிந்தும் வினவத்தொடங்கினர்.

சரி தாங்கள் தேடுங்கள் என்று வெட்கத்தோடு
அவ்விடத்தை விட்டு நழுவ முயன்றாள். அவளை
இருக்கிப் பிடித்துத் தன் மனதில்
இருப்பவையெல்லாம் தங்களுக்கு நன்றாகவே
தெரியும் மறைக்காமல் கூறுமாறுக் கேட்டனர்
விளையாட்டாக.

இரு சகோதரிகளுக்கும் மனதில் மிகுந்த மகிழ்வும்
இருந்தது அதே சமயம் அவளிடம் அவளின்
எண்ணங்கள் யாதென அறிந்துக்கொள்ள

வழியற்ற வலிகள்

துருவித்துருவி கேட்டனர். யாரோ சத்தம்
போடுகிறார் என்பதைக் கேட்டுத் திரும்பி அவன்
பார்க்க படகின் கீழே ஒழிந்துக்கொண்டனர் மூவரும்.

பிறகு அவ்விடத்தை விட்டு அருகில் வேரிடத்திற்குச்
சென்று தன் மனதில் முழுமையாக நிரம்பியிருப்பது
தன் சகோதரன் தான் என்றும் இத்துனை நாட்களும்
அவனைத் தொலைவிலிருந்தே காதலித்து
வருவதாகவும் நிகழ்ந்ததையெல்லாம் அவர்களின்
கொட்டித் தீர்த்தாள்.

அச்சமயம் அருகிலே கடற்கறையயோர
சாலையருகிலிருந்து ஒரு பெண்ணின் குரல்
ஒலிப்பதைக் கேட்டுச் சத்தம் கேட்டத் திசையைத்
திரும்பிப் பார்த்தனர் நால்வரும்...

தேனிலவுத் திறந்தளிக்க வெளிச்சமோப்
பகலைப்போல இருளன்று விலகிப்
பிரகாசித்தொளிக்கும் தருணத்தில் ரோஜா
மலரொத்தப் பூவொன்றை தன்னின முட்களே
சிதைப்பதற்குத் துறத்துவதைக் கண்டனர் அவர்கள்.

கண்ணில் பயத்துடனும் நெஞ்சத்தில்
ஆதங்கத்துடனும் ஒதுங்கி நிற்க அவள் மட்டும்
தனியே முன் எதிர்த்துத் தடுத்து நிறுத்திக் கேட்டாள்
அவளை. அன்னையற்ற தன்னையளிக்க
மறுத்ததால் துறத்தித் தொடர்ந்தார் எனக்கூறினாள்.

பற்றற்றுக் கிடந்தவளை நிதானிக்கத் தனித்து
நிறுத்தினாள் அவன் சகோதரிகளிடம்.
துறத்தியவனை நோக்கி அவனுமே விரைந்தான்.

இருக்கையில் அவள் தைரியம் அங்கு அம்முல்லை
எதிர்த்தது. வந்தவனை பேச விடாது ஓங்கி
அரைந்தாள், அருகிலிருந்த கட்டையைக் கொண்டு
மூவரும் அவனை அடித்தனர். திகைத்து நின்றான்
சகோதரன். வந்தவன் அலறியடித்து ஓடினான்.
உடலில் சிறு காயங்களுடன் கிழிந்த ஆடையுடன்
இருந்தவளை அளைத்துச் சென்றனர் வீட்டுக்கு.

அப்பொழுது, அவள் அவனைத் திரும்பிப் பார்த்தாள்.
அந்தப் பார்வை அவனைக் கனலென எரித்தச்
செய்தி இப்பொழுது கடலனைத்துக் கதை மாறி
அவனுள் அவள்மீது ஒரு தனிக்கவனம்
ஏற்படுத்தியது.
அடுத்த நாள் முதல் அவனையது காதல் கதைத்
தொடங்க வைத்தது.

நில்லாத நேரத்தில் நான் அவளை
நெருங்கத் துடித்ததில்லை...
வாய்ப்பேச நடுங்கியதில்லை...
இன்றவளை எண்ணுகையில்
என்றுமில்லாதுப்போல் நிற்கிறேன்.
கடைவிழியில் விழுந்தேன் அவளில்,
அக்கணம் அவள் என்னவளோ...!

என்றெண்ணித் தன்னை அவளுக்கென
எண்ணிக்கொண்டான்.

பயிற்சியின் வேளையில் உதவக்கேட்பவன் யாதுமே
கேட்காது ஒழிந்திருப்பதைக் கண்டாள் அவள்.
இதுவரை இல்லா இவன் செயல்கள் எல்லாம்
வித்தியாசமாக இருப்பதை அனைவருமே

அறிந்தனர். தனியே நடந்து தனித்தே திறிந்தான்
அவள் எண்ணங்களோடும் அவளைக் கரம் பற்றும்
எண்ணங்களோடும்.

தெளிவாய்ப் புரிந்துக்கொள்கிறாள் அவள். ஓர்நாள்
தனிமையில் நடந்துக்கொண்டிருந்த அவனிடம்
சென்று முதல்முறையாகத் தைரியமாகப் பேசினாள்.
தன் காதலை தான் அறிவதாகவும் தானும் தன்னை
மிகவும் அதிகமாக நேசிப்பதாகவும் கூறினாள்.
நெஞ்சத்தில் இருப்பதைக் கூற நினைத்தவள்
உதடுகள் உறைத்ததும் தன் வாயடைத்து மகிழ்வில்
அவளைத் தன்னோடு அனைத்துக் கொண்டு
சொர்க்கலோகத்தில் மிதந்ததுப்போல் கிடந்தனர்.

அடுத்த நாள் முதல் இருவருமே தன்னிடம் இருந்த
பழையதுப்போன்ற ஒரு தொலைப்பேசி மூலம்
அன்பைப் பகிர்ந்துக்கொள்ளத் தொடங்கினர்.
காதலின் வேளையில் ஏற்படும் சிறுசிறு ஊடல்களில்
அவர்கள் மகிழ்ந்தும் சில சமயங்களில் முகம்
சுழித்தாலும் விட்டுக்கொடுக்கும் எண்ணமற்றதுப்
போல் இணைந்தே இருந்தனர்.

இவர்களின் காதல் தன் தங்கைகளுக்கும் தன்னுடன்
இருந்த சில நண்பரகளுக்கு மட்டுமே
அறிந்திருந்தனர். தம்பியின்
ஆனந்ததையறிந்தவர்கள் தன்னைத்
தயார்ப்படுத்தத் தொடங்கிக்கொண்டனர்.
எண்ணற்ற இந்நிலைகளுக்கிடையே தன் குப்பத்துக்
குழந்தையான ஒருவள் பள்ளியில் இருந்து வீடு
திரும்பும் முன் கடத்தப்பட்டுக்
கற்பழிக்கப்பட்டிருந்தாள். கற்பழிக்கப்பட்ட

அச்சிறுப்பிள்ளையின் மெல்லிய உடலைக்
குப்பத்துக் கூறையில் தூக்கி வீசப்பட்ட நிலையில்
இருந்தது.

பாதுகாப்பற்ற நிலைத்தொடங்குவதைக் குப்பத்து
மக்கள் அறிந்து அச்சப்படத் தொடங்குகின்றனர்.

அன்றிலிருந்து அக்குப்பத்து மக்கள் வெளியே
செல்வதைக் குறைத்துக்கொண்டனர்.

சில மாதங்களுக்குப் பிறகு,
காலை வேளையில், குப்பத்தில் மிகுதியான கூட்டம்.
என்னவென்று காண அனைவரும் விரைந்தனர்.
சமூக ஊடகங்கள் மற்றும் காவல்துறையினர்
அனைவரும் நிரம்பிவழியுமாறு நின்றிருந்தனர்.

அங்கே இருந்த குப்பைத்தொட்டியில் ஒருவரின்
சடலம் மிகவும் சிதைக்கப்பட்ட நிலையிலும்
அவருடைய உடலில் இருக்கும் ஆணுருப்பு
அறுக்கப்பட்டிருந்த நிலையிலும் இறந்துக்
கிடந்தான். அவன் தான் அந்த ஆறு வயது
சிறுப்பிள்ளையைக் கற்பழித்தவன் என்று
விசாரணையில் காவல்துறையினர் உறுதி
செய்தனர்.

காவலர்கள் அனைவரும் குப்பத்து மக்களின் மீது
சந்தேகம் உள்ளதாக பத்திரிக்கையிடம்
பேட்டியளிக்கிறார். தவறு செய்தவனைக்
கொன்றிருப்பினும் சட்டப்படிக் குற்றம்
எனப்படுவதால் செய்த தவறை ஒப்புக்கொண்டு

முன் வந்து தண்டனையை ஏற்றுக்கொள்ளுமாறு
பணிவாகவே மக்களிடம் கேட்டுக்கொண்டார்.

மக்களும் தங்களுக்கும் இதற்கும் எவ்விதச்
சம்மதமழும் அன்று என்று மன்றாடினர். ஆனால்
இதுவே சரியான தண்டனை என்றும் மக்கள்
மத்தியில் சலசலப்புகள் ஏற்படுத்திக் கொண்டனர்.
இருப்பினும் அதனை அவர் ஏற்க மறுத்தார்.

**சாலச்சிறந்து மாளத்தகுந்தோருக் கெல்லாம்
உய்த்தது ஊழ்வினையன்றி உறுவினையே -
ஏற்பார்
எய்துவார் பாங்கு
ஏற்காவிடின் தன்பாற் ஏற்கும் தீங்கு.**

என்று மக்களிடத்தில் எச்சரிக்கையை விடுத்து
செல்கிறார்.

அவனும் சிந்தித்துக் கொண்டேயிருக்கின்றான் யார்
இப்படியெல்லாம் செய்திருப்பார் என்று. சற்று நேரம்
சிந்தனையைக் கடத்தி தன் நேரத்தை கூட்ட
அவனைக் கடத்திச் செல்கிறாள் கள்ளி.
உரையாடலின் உயர்ந்தது அவனுக்கோ
அக்கொலையின் நிகழ்வுகள். அவனை அதிலிருந்து
மீள வைக்க அவள் பல வழிகளை கையாண்டும்
வீணானது.
காதல் கிறுக்கில் அவள் கோபித்துக் கொள்ள,
அவளிடம் ஆசை வார்த்தைகளால் நிரப்பத்
தொடங்கினான். இருவருமே பிறகு மிகுந்த
மகிழ்வோடு உரையாடினர்.

அடுத்த சில தினங்களில் குப்பத்தில் யாதொரு தீமைகளும் நடக்காமல் மகிழ்வோடு வாழத்தொடங்கினர். குப்பத்து மக்கள் அனைவரும் ஒன்று கூடி தேவாலயத்திற்குச் சென்று வழிப்பட்டு வந்தனர்.

அக்குப்பத்து மக்கள் செல்லும் தேவாலயமோ, மிகவும் சிறப்புமிக்க ஒன்றாகவே இருந்து வருகிறது. வெளிநாட்டவர் வந்தாலும் தங்கி அதன் சிறப்புகளால் மூழ்கி இதுபோன்று இருத்தல் எல்லோருக்குமே நன்றென எண்ணி ஒருவரையொருவர் சிறப்புச் சேர்த்துக்கொண்டே இருந்தனர்.

நாற்திசையிலும் வாசல்கள், உட்பக்க நுழைகையில் முதலில் தென்படுவதோ...எங்கும் அமைந்திடாத ஓர் சிலை வடிவம் அது.
மூவர்ணக்கொடிகளைக் கூடக் காக்க மறுத்து மிதிக்கும் சில நஞ்சுக்களுக்கிடையில் எம்மதமும் எம்மதமே என்று எண்ணிக் காலந்தொட்டு வரும் அனைவருக்கும் கற்றுக்கொடுக்கும்வண்ணம் அமையப் பெற்ற சிலை...மும்மதத்தவரும் வேண்டும் நோக்கத்திலும் எல்லாம் ஓரிணமே என்று எண்ணம் கொண்டே வாழவேண்டியே தற்போதைய சமூக தூண்களாக வேண்டிய இளைஞர்களால் ஏற்றப்பட்டு அனைவராலும் போற்றப்பட்டு வைக்கப்பட்ட சிலை தான் அது.

அங்கு வசிக்கும் மக்கள் ஒவ்வொருவருக்குமே அதுவே குலதெய்வமாய் ஏற்று வழிபட்டு வருகின்றனர்.

எள்ளியாடும் மதக்கோரல்களெல்லாம் இனி
எதற்கு,
வாடும் உயிர்மாற் எல்லோரும் ஒன்றே...
மாமனிதர், கீழ்மனிதர் யாரோ - அவர்க்கு
சாலத்தாழ்வும் மானத்தீர்வும் வந்தடையும்...
கற்சிலை கடவுளாகினால் தவறன்று - கல்லாற்
மனம் கரைப்படியா திருப்பதே கணா...
வேண்டிக் கொள்ள வேண்டாம் - இல்வாழ்வில்
நல்வாழ்வைப் பெற ஓர் அரங்கம்.

கண்களால் எவ்விதங்களாய் தோன்றினும், மனதாற்
ஓரினமாய் வாழும் மக்கள் அவர்கள். இதைவிடச்
சிறந்த தேவாலயம் உண்டோ.

இளைஞர்களால் முடியாதது என்று ஒன்றுமில்லை
என ஏற்பதற்கு இது வெறும் தொடக்கமாக எண்ணி
வியக்கச் செய்தே மக்கள் இதனை ஆச்சரியத்திலும்,
ஆர்வத்திலும் வநதுக் கண்டுகழிக்கின்றனர்.

மகிழ்வோடு வீடு திரும்பித் தங்களது இயல்பான
வாழ்க்கையை அனைவரும் வாழத்தொடங்கினர்.

கடலோறக் காதல் காவியத்தில் மூழ்கிப்
பிரயாணத்தைத் தொடங்கினர் இருவரும். பகலில்
அவளோடு இருக்க முடியாதுப் போகும் நேரத்தில்
அவளை நினைத்தும் அவள் படத்தைப் பார்த்துக்
கொண்டும் அவள் வருகைக்காகக் காத்திருக்கிறான்.
மாலையில் கல்லூரி விட்டு வந்ததும் இருவரும்
தங்களது அன்பைப் பகிர்ந்துக்கொண்டனர்.

**வெய்யோன் எழும்பி மறையும் வரை - அவள்
வருகையை எதிர்ப்பார்த்தே காத்திருந்தேன்...
நெஞ்சத்தில் நினைவுகளோடு...
வந்தாள் என் ஒளியாக, அணைத்தேன்...**

**ஊருக்கு எல்லையைப் போன்ற என்னை,
அவள் பிள்ளையைப் போல் காக்க வைத்தாள்...**

என்றெல்லாம் எண்ணிக்கொண்டே படகில்
இருவரும் படுத்திருந்தனர்.
(இவ்வாறே சில மாதங்கள் சென்று விட்டது.)

ஒருவரை ஒருவர் நன்குப் புரிந்துக்கொள்ளக்
அக்காலம் அவர்களுக்கு உதவியது. குப்பத்தில்
இருந்த அனைவருக்குமே இவர்களின் காதல் தெரிய
வந்தது. அவன் தந்தையும் இதைப் பெரிதாகப்
பொருட்படுத்தாமல் அவன் மகிழ்வே தனக்கு
ஆனந்தம் என்றிருந்தார்.

ஒரு நாள் இரவு, வீட்டில் நால்வரும்
உணவருந்திக்கொண்டிருக்கும் வேளையில் அவர்
அவனிடத்தில் சில அறிவுரைகளைக் கூறினார்.

என்னவென்றால், "உலகத்தில் பிறந்த ஒவ்வொரு
உயிருக்கும் நிச்சயமாக ஒரு துணைத்
தேவைப்படுகிறது. அந்த வகையில் நமக்குக்
கிடைக்கும் துணையானது, நம்மிடத்தில்
உள்ளவற்றையெல்லாம் எதிர்ப்பாராமல்
வருமெனின் அது வெறும் துணை மட்டுமல்ல,
வாழ்வில் கிடைக்கப்பெறும் விலையுயர்ந்தப்
பொருளுக்கும் மேலானது. ஆனால், நீ எதிர்ப்பாராத

அது உன்னை ஏமாற்ற நேர்ந்தால், உன் தேர்வு அங்கு தவறாகிறது. உன் மாற்றத்தில் நான் ஏமாற்றம் காண விரும்பவில்லை. உன் அவளை நீ மணந்துக்கொள்ள என் சம்மதம் எப்போதும் உண்டு." இவ்வாறு கூறினார்.
அருகிலிருந்த தன் சகோதரிகள் இருவருமே கைகளைக் கழுவிவிட்டுச் சென்றனர்.

(அவனிடத்தில் தன் தாயைப் பற்றிக் கூறத் தொடங்குகிறார்.)

"உனக்கு உன் அன்னையைப் பற்றிக் கூறுகிறேன் நிதானமாக செவிகளைக் கொண்டு ஆத்திரப்படாமல் கேள். உன் அன்னை உன்னை என்னிடத்தில் வந்துக் கொடுக்கும் போது வாழ்க்கையில் அவளுக்கு நேர்ந்த அனைத்துக் கொடுமைகளையும் கூறினாள்."

(தான் அவரது மகன் இல்லை என்பதைத் தெரிந்துக்கொள்கிறான்.)

"இருண்ட உலகில் உன் தாய்க்கோ திக்கும் திசையும் தெரியாது இவ்வீட்டுக் கதவைத் தட்டினாள். நான் கதவைத் திறந்துப் பார்க்கையில், கால்கள், கைகள், முகம் மழுவதும் மிகுந்த இரத்தக் கறையோடு உன்னைத் தன் ஏந்திக்கொண்டு நிலைத்தடுமாறி இருந்தாள். எனக்கோ என்ன செய்வதென்றுத் தெரியாது, அவள் கையில் இருந்த உன்னை கையில் வாங்கி அவளை உள்ளே அழைத்துத் தரையில் படுக்க வைத்தேன். நீ அழுதுக்கொண்டிருப்பதை கண்ட எனக்கோ எவ்வாறு சமாளிப்பதென்று

அறியாமல் உன் சகோதரிகளிடம் கொடுத்து அவர்களைப் பார்த்துக்கச் சொல்லிவிட்டு உதவிக்கு யாரையாவது அழைப்போம் என்று பார்த்தேன். ஆனால் அன்று அனைவரும் தேவாலயத்தில் விழா இருந்ததில் ஒருவருமே அருகில் இல்லை. உன் சகோதரிகளுக்கு உடல்நலம் சரியில்லாததால் நாங்கள் யாருமே செல்ல முடியாமல் படுத்திருந்தோம்."

"உன் பசிக்குத் தன்னால் பால் குடுக்க முடியவில்லை என்று உன்னை அனைத்துக் கதறினாள். காய்ச்சியப் பாலைக் கொடுக்க நீ அடங்கினாய்."

"உன் அன்னை என்னிடத்தில் கூறியது:
'அண்ணா, நான் ஒரு விபச்சாரி. சிறு வயதில் இருந்து மிகவும் மகிழ்வோடுக் குடும்பத்தோடு வாழ்ந்து வந்தேன். காலம் கடக்கக் கடக்க என் வாழ்க்கை என் கைகளை விட்டுச் சென்றுவிட்டது. என்னை ஒருவர் மணந்தார், அவரைக் கைப்பிடித்தேன். ஆரம்பக் காலத்திலிருந்துக் கடைசி வரை நான் அனுபவித்தது அடிமைத்தனமே. வாழ்க்கை என்றால் என்னவென்று யோசிக்க நேரம் கூட அல்லாது காலம் வேகமாகக் கடந்துவிட்டது. அவரோ என்னை மணந்தார், ஆனால் என்னை ஒரு வருவாயாகப் பார்க்கத் தொடங்கினார். தன் நண்பர்கள் சொல்வதெல்லாம் கேட்டுக் கொண்டு என்னை விலைப் பேசத் தொடங்கினார். நானும் தப்பிக்க வழிகள் தேடினேன் கடைசியில் எனக்குக் கிடைத்தது வலிகள் மட்டுமே.'

'விலைப்பேசி விற்கத் தொடங்கினார் என்னை, தினம் ஒருவர் என்னை அனுபவித்தனர். தடுக்க

நினைக்கும் என்னை அடித்துக் கைகளைக் கட்டி
வாய்ப்பொத்தி மயக்க மருந்துக் கொடுத்து என்னை
நிலைகுலைய வைத்தார் தன் வருமானத்திற்காக.
பணத்தில் மூழ்கிப் போனவர் ஒருநாள் எனக்குக்
கர்ப்பம் என்பதை அறிந்தார். அதைக் கலைக்க
என்னிடம் வாக்குவாதம் நடத்தினார். உங்களுக்குத்
தேவை என் உடல் மட்டும் தானே, நான் கர்ப்பமாய்
இருந்தஆல் என்ன இல்லாவிட்டால் என்னவென்று
கூறினேன். தன் நண்பர்களுக்குத் தேவையானதுக்
கிடைத்தால் தான் தன் வருமானம் பெருகும் என்ற
பேராசையில், அந்நிலையுலும் என்னை விடாது
கட்டிலில் கட்டி வைத்தார்.'

'இவனும் பிறந்தான் அடுத்த சில மாதங்களில், இவன்
என்னோடு இருந்தாள் தவித்துக்கொண்டே
இருப்பான் என்று கதறினேன் இரவெல்லாம். இவனும்
என் கதறலோடு சேர்ந்துக்கொள்வான். ஒருநாள்
வெளியூருக்கு செல்ல வேண்டும் என்று என்னை
நம்பாமல் உடன் ஒருவனை அனுப்பி என்னைச்
சரியான ஆளிடம் சேர்க்க வைத்தான்.
அங்கிருந்தவருக்கோ எனக்குக் குழந்தையிருப்பது
தெரியாது, இவன் வெளியே கதறுவதைக் கேட்டு
யார் அந்தக் குழந்தை ? என்றார்.'

'என் குழந்தை தான் பசியில் அழுகிறான் என்றேன்.
அவர் அதிர்ச்சியில் இருக்க நிகழ்ந்ததையெல்லாம்
அவரிடம் கூறினேன். அவர் மனம் இளகி தன்னைக்
காப்பற்றுவதாகக் கூறி என்னை அங்கிருந்துக்
குழந்தையொடு வெளியேற்ற முயற்சித்தார்.
குழந்தையைக் கையில் தந்து, பணத்தையும்
கொடுத்து அனுப்பினார். அதனை உடன் வந்தவன்

பார்த்து என் கணவனிடத்தில் கூறிவிட்டான். நான்
அங்கிருந்து உடனடியாகத் தப்பிக்க ஓடினேன்.
கிடைத்த ஒரு கல்லைக் கொண்டு என்னை அடிக்க
நிலைத்தடுமாறிக் கீழே விழுந்தேன். அருகில்
வந்தான் கட்டையால் அடித்தான். அவன் கண்களில்
மண் அள்ளிப்போட்டு விட்டு மறுபடி ஓடத்
தொடங்கினேன். நெடுந்தூரம் ஓடி வந்தே இவ்வீட்டு
ஒளியில் பாதுகாப்பைத் தேடி வந்தேன்', என்றாள்
உன் அன்னை".

"நிச்சயம் அவள் தவறானவள் இல்லை, உன்
தந்தையின் பணவெறிக்கு உன் அன்னையை அவன்
மூலதனமாக்கிக் கொண்டான். பேசிக்கொண்டே
இருக்கையில் இப்படத்தைக் காட்டி இவன் தான்
தன்னை அடித்துத் துறத்தியதாகக் கூறினாள்".

இத்தனை நாட்களாய் தனக்கு அன்னை இல்லை
என்பதை பெரிதாக்கிக் கொள்ளாத அவனுக்கோ,
இது மிகுந்த ஏமாற்றத்தைக் கொடுத்தது.

சோகத்தில் அவர் அளித்தப் படத்தைக் கூட காணாது
கண்கள் கலங்கிக் கொண்டு அவ்விடத்தை விட்டு
அங்கிருந்துச் சென்று அவளிடத்தில் சென்றான்.
இருவரும் ஒன்றாக கடற்கரைபடகில் அமர்ந்தனர்.

தன்னை மடியில் சாய்த்துக்கொண்டாள். சோகத்தில்
இருக்கும் அவன் அவளிடத்தில் அனைத்தையும் கூறி
அழுகிறான். "தாய்தந்தை இல்லாத எனக்குத்
தாயாகவும் தந்தையும் இருப்பவன் நீ, உன் கலக்கம்
யாராலும் ஏற்க முடியாத ஒன்று தான். இந்தக் கடலில்
உள்ள இக்கரை நமக்குத் தெளிவானது, ஆனால்

அக்கரைப் பற்றி நமக்கு அக்கறையில்லை. நிகழ்ந்த அவலம் உன் தாய்க்கு கொடூரம் தான். ஆனால், இருக்கும் சொந்தத்தை நீ இழக்கக் கூடாது. கடலலைகள் ஓயும் தருணம் வரை உனக்கென நான் இருப்பேனடா", என்று அவனைக் கட்டியனைத்துக் கொள்கிறாள்.

இருவரும் ஒன்றாகவே வீட்டுக்குச் சென்றனர். வாசலில் அப்படம் விழுந்திக்கிடந்ததை எடுத்துப் பார்க்கிறான். தனக்கு நன்கு அறிமுகம் முகமெனத் திகைக்கிறான்.

காதல் கிறுக்கல்

அவர் யாரென்று சரியாக அவன் நினைவில் தெரியப்படவில்லை. ஆனால் அம்முகம் அவனுள் நன்கு பதிந்த முகமாகவே இருந்தது.

தன் தந்தையிடம் கேட்டதில் தனக்கும் சரியாக நினைவில் இல்லை என்றும் ஏதோ ஒருநாள் விழாவில் எடுத்தக் குழுப்படத்தில் அவரைக் கண்டிருப்பதாகக் கூறினார். அன்றிரவு மனதில் மிகுந்தக் மனகுழப்பத்துடன் இருக்கிறான். அவளோ அவனை சமாதானம் செய்கிறாள் தனியே அழைத்துச் சென்று.

"அன்பே, கறைப்படிந்த மக்கள் நம் கண்களுக்குப் புலப்படுவதற்கு முன் அவர்கள் நம் மனதில் புகைப்படமாகி விடுவார்கள், நிதானித்து நீ யோசித்தால் நிச்சயம் அவர் யார்? எவர்? எப்பொழுது அவரை நீ சந்தித்தாய்? என்பதெல்லாம் தெரியவரும்", என்று அவனை சமாதானம் செய்வித்தாள்.

அவனை வீட்டில் விட்டுவிட்டுச் செல்லும்போது சகோதரிகள் இருவரும் அவளைத் தன்னோடு உறங்குமாறுக் கேட்டுக் கொண்டனர். அவனும் இந்நேரத்தில் வெளியே செல்ல வேண்டாம் என்றான், தந்தையும் ஒப்புக்கொண்டார். இருந்துக்கொள்கிறேன் என்று சகோதரிகளுடன் சென்று படுத்துக்கொண்டாள்.

அவளது குரும்புகள் அன்று முதல் தொடங்க
அரம்பித்தது. காதல் கிறுக்கில், அடுத்த நாள் காலை
தன் வீட்டுக்குச் செல்லும் முன் முதல் எழும்பி, பால்
காய்ச்சி அனைவரையும் எழுப்பித் தேனீர்
கொடுத்தாள். அனைவரும் ஆச்சரியப்பட்டனர்.
அவனைத் தேடி அவன் அறைக்குள் நுழைந்துக்
கதவை மூடினாள். அவன் இன்னமும் உறங்கிக்
கொண்டிருப்பதைக் கண்டு, அவன் உறங்கும்
அழகை இரசிக்க அருகிலே அமர்ந்துக் கொள்கிறாள்.
வந்தப் பணியை மறந்து, அவனையேப் பார்த்துக்
கொண்டிருக்கிறாள்.

நீ வானமாய் இருக்க, உன் மேகமாய்
ஒட்டிக்கொண்டேன்...
நீ தூரமாய் சென்றால், உன் துணையாகக்
கண்டேன்...
உன்னை வடித்த சிற்பியை என்னவென்று
உதைப்பேனடா என் அன்பே!
அறிவால் நீ அறிவாளடா...
அன்பால் நான் உன்னவளடா...

என்று அவனைப் பார்த்துக் கவிதைப்
பொழிந்துக்கொண்டிருக்கிறார்.

திடீரென்று, கதவைத் தட்டுகிறாள் அவனது அக்கா.
இன்னமும் அவன் எழும்பவில்லை என்று கதவைத்
தட்டிக் கொண்டே இருக்கிறாள். தூக்கம் கலையக்
கலைய அவளுக்கோ பதட்டமாகிக் கொள்கிறது.
சட்டென்று சென்று கதவை திறக்கிறாள். தான் இங்கு
என்ன செய்வதாக விணவுகிறார். தேனீர் கொடுக்க

கலைத்தென்றல்.மு

எழுப்ப வந்தேன் என்று வெட்கத்தில் தலைகுனிய
அவளுக்கோ தெரிய வந்தது எதற்கு வந்தாளென.
சிரித்துக்கொண்டு அவன் தம்பியை எழுப்புகிறாள்,
அவன் எழும்பி என்ன நடந்தது என விணவுகிறான்.

சகோதரி கூறுகிறாள், "உனக்குத் தேனீர் கொடுக்க
அவள் அறை மணி நேரம் இங்கே காத்திருக்கிறாள்,
நீ ஏனடா எழும்பவில்லை?", என்று
சிரித்துக்கொண்டே கேட்கிறாள்.

தன்னை எழுப்பவே இல்லையே என்று அவன்
கூறியதும் வெட்கப்பட்டு அங்கிருந்து வெளியே
செல்கிறாள். அக்கா சென்ற பிறகு, மீண்டும்
அவனிடத்தில் சென்று, " தேனீர் கொடுக்க உன்
அறைக்குள் வந்தேன், நீ என்னைத் தேக்கி வைத்துக்
கொண்டாய்...நானும் என்னை மறந்து உன்னை
இரசித்துக் கொண்டிருந்தேன்", என்கிறாள்.

இருவரும் அச்சமயம் கட்டியனைத்து முத்தமிட்டுக்
கொண்டனர். "உன்னுடனே இருந்துக்கொள்ளவா?
தனிமையில் அங்கிருப்பதற்கு சற்று பயமாக
உள்ளது", என்று கேட்டாள்.

" நீ வந்துச் சேறும் இடம் இதுவே என் அன்பே,
எப்பொழுது வேண்டுமானாலும் நீ இங்கு வந்துப்
போகலாம், யாருமே இங்கு உனக்குத் தடையாக
இருக்கமாட்டார்கள்", என்கிறான்.

"நான் வந்து செல்வதைப் பற்றிக் கேட்கவில்லை,
உன்னோடு ஒன்றாக இருக்கவேண்டுமென்று
கேட்கிறேன். மொத்தமாக வந்துவிடவா?", என்கிறாள்.

சற்று யோசித்து உடனே செல்கிறான் முதலில்
சகோதரிகளிடத்தில் இதைப்பற்றிக் கேட்கிறான்.
அவர்கள் எதுவானாலும் தந்தையின் முடிவே தனக்கு
சம்மதம் என்றனர்.
தந்தையிடம் கேட்டதற்கு, " நம் ஊர்மக்கள்
அனைவருக்குமே பாதுகாப்பு மிகவுமே
முக்கியமானது தான், உன்னுடைய முடிவு நான்
எதிர்ப்பார்த்ததே. இதை உன்னிடத்தில் கேட்க நான்
யோசித்தேன், நீ கூறிவிட்டாய். இப்பொழுதே சென்று
உன் தேவைகள் அனைத்தையும் கொண்டு வந்து
அவனோட அறையில் வைத்துவிடு என்
மருமகளே...நீங்கள் மூவரும் அவளது
உடைமைகளைக் கொண்டு உதவுங்கள்", என்று கூற
மனதில் மிகவும் மகிழ்ச்சியோடு கண்களில் நீர்
வடிய அவர் காலில் விழுந்து ஆசீர்வாதம்
பெற்றுக்கொள்கிறாள்.

(அனைவருக்குமே மிகுந்த மகிழ்ச்சி.)
உடனே சென்று உடைமைகளை எடுக்கச் சென்றனர்.
அப்பொழுதும் அவள் குரும்பு அடங்கவில்லை, அவள்
அவன் முதுகின் மேல் ஏறிக் கொண்டுத் தன்னைத்
தூக்கிச் செல்லுமாறு கொஞ்சுகிறாள்.

அனைத்து உடைமைகளுடன் அவளையும் சுமந்துக்
கொண்டு வீடு திரும்பினர்.

நடந்துச் செல்லும் போது ஒரு கேள்வி கேட்கிறாள்,
"அடுத்த வாரம் என் பிறந்த நாள் வருகிறது, எனக்கு
என்ன வாங்கித் தரப்போகிறாய்? எங்கே
செல்வோம்?".

" ஆமாம் அல்லவா!, உனக்குப் பிறந்தநாள் வருகிறது", மறந்ததுப்போல் நடிக்கிறான். அடுத்த வாரம் தானே என்றும் அதை அன்று பார்த்துக்கொள்வோம் என்றும் நகைத்துக்கொண்டே வீடு சேர்ந்தனர்.

அன்று முதல் வீட்டில் செல்லப்பிள்ளையாக மாறிவிடுகிறாள். சொந்தமாய் ஒரு குடும்பம் கிடைத்ததில் பெருமகிழ்ச்சிக் கொள்கிறாள்.

அனைவரும் அவரவர் பணிகளுக்காகச் சென்றனர். அவனும் அவளைக் கல்லூரிக்குக் கூட்டிச் செல்கிறான்.
"எனக்குப் பசிக்கிறது, ஏதாவது வாங்கிக் கொடு", என்றாள்.

" வரும்பொழுதுதானே 5 இட்லி திண்றாய், திரும்ப என்ன அதற்குள் பசி எடுத்து விட்டதா உனக்கு", என்று கேட்க அவள் கூறியதைக் கேட்டாகவேண்டும் என்று நேரடியாக ஒரு குளிர்ப்பானக் கடையில் நிறுத்தினான். இருவரும் அருகருகில் அமர்ந்துக்கொண்டுக் கொள்ள அவள் அவனைக் கொஞ்சிக் கொண்டிருக்கிறாள்.

இருவரும் ஒருவரையொருவர் கண்டனர், தன்னை மறந்து அவனும் அவளை முழு காதலுடன் அவள் கண்களையே காண்கிறான்.

காதலில் மூழ்கிய இருவருக்கும் அங்கு நடக்கும் எந்த சத்தமும் அவர்கள் செவிகளுக்கு இனங்கவில்லை.

கேட்ட குளிர்ப்பானம் வந்ததுக்கூட அறியாமல்
கண்ணால் பேசிக்கொண்டிருந்தனர்.

கற்பனைக் கப்பலில் பயணம் தொடங்கியது,
இருவரும் ஒவ்வொரு முனையில் நின்றவாறிருந்து
ஓடி வந்து ஒன்று சேர்வது போன்று மனதில் அப்படி
ஒரு காட்சித் தோன்றியது.

அவர்களின் குப்பத்தில் அவனது நண்பன் அங்கே
அவர்களைப் பார்த்து அழைக்கையில் அக்காட்சிக்
கலையப்படுகிறது.

பிறகுதான் அவர்கள் இருவருக்கும் கல்லூரிக்குச்
செல்வது நினைவுக்கு வந்தது. அவருக்கோ எல்லாம்
தெரியும் என்பதால், "திருமணம் எப்போது ?", என
விணவுகிறார். அதைப்பற்றி இருவரும் இன்னும்
முடிவெடுக்கவில்லையெனக் கூறுகின்றனர்.

அவள் அடுத்ததாக வெளியே செல்வோம் என்றாள்.
அப்பொழுதுதான் அவனுக்குத் தெரிந்தது, அவளுக்கு
இன்று கல்லூரி செல்ல விருப்பமில்லை தன்னோடு
இருக்க எண்ணுகிறாள் என்று.

அவனும் அதைப் புரிந்துக் கொண்டு எங்கு
வேண்டுமானாலும் செல்வோம் என்று.
புன்னகையோடு மகிழ்வாகச் சென்றனர்.

திரைப்படத்திற்குச் சென்று வெளியே வந்து
ஒரிடத்தில் சற்று நேரம் அமர்ந்துப்
பேசிக்கொண்டிருந்தனர். அருகில் ஒரு அனைத்து

மருத்துவமனையில் இருந்து தன் அக்கா இருவரும்
வெளிவருவதைக் காண்கிறான்.

அவர்கள் இருந்த களிப்பில் உடல்நலம்
சரியில்லைப்போல் என எண்ணி அதனைத்
தட்டிக்கழித்துப் பேசிக்கொண்டிருந்தனர்.
இருப்பினும் பேருந்தில் அவர்கள் செல்ல
வேண்டுமென்று நினைத்து அவர்களிடத்தில்
இருவரும் சென்று கேட்டனர்.

"என்ன அக்கா? என்ன ஆயிற்று?, இருவரும் இந்த
மருத்துவமனைக்கு வந்துள்ளீர்கள்!", என்று
வினவுகிறான்.
இருவருமே பதட்டத்தில் நடுங்கியப்படி
தடுமாற்றத்துடன் பதில் கூறியதைக் கண்டான்.
ஆனால் அவனால் சந்தேகிக்க முடியவில்லை.
தன்னிடம் அவர்கள் எதையும் மறைக்கமாட்டார்கள்
என அவன் நன்கு அறிவான்.

" அக்காவிற்கு திடீரென வயிற்று வலியாம், அதனால்
தான் அழைத்து வந்தேன் தம்பி", என்றாள்.

"சரி அக்கா, மருத்துவர் என்ன கூறினார்?, ஒன்றும்
பிரச்சனை இல்லை அல்லவா?", என்று பாசத்தோடுக்
கேட்டான்.

"அதெல்லாம் ஒன்றுமில்லை தம்பி, திடீரென வயிற்று
வலி என்பதால் உண்ட உணவில் தான் பிரச்சனை
என்று மருத்துவர் கூறினார்", என்று மழுப்புகிறாள்.

தான் கல்லூரிக்குச் செல்வதாகக் கூறிவிட்டு
இருவரும் இங்கு என்ன செய்வதாக கேட்கையில், "
என்னுடன் இன்றைய நாளைக் கழிக்க இவள்
நடத்திய நாடகம் இது", என்று சிரிக்க அவள்
அவனைக் கிள்ளினாள் வெட்கத்தில்.

தன் அக்காவைத் தானே வீட்டுக்கு அழைத்துச்
செல்வதாகக் கூறுகிறான், ஆனால் முதல்முறை
இருவரும் ஒன்றாய் மகிழ வந்திருக்கிறீர்கள்,
சாக்கிரதையாக பொழுதைக் கழித்து சீக்கரம் வீடு
வந்து சேருமாறு வேண்டுகிறாள்.

(இருவரையும் பேருந்தில் ஏற்றி அனுப்பி
வைக்கிறான்.)

அவர்கள் இருவரின் மனதிலும் மிகுந்த பயத்துடனே
செல்கின்றனர். அதன் காரணம் என்னவெனில்
மருத்துவரைச் சந்தித்த அவர்களிடம் அவர் கூறியது:
"நீங்கள் கர்ப்பமாக இருக்கிறீர், அச்சமயத்தில்
நீங்கள் அதனைக் கலைக்க நினைப்பது மிகவும்
தவறு. குழந்தையின் வளர்ச்சி சற்று அதிகமானதால்
அக்கருவைக் கலைத்தால்,
உங்கள் உயிருக்கு ஆபத்தாகிவிடும். எனவே
குழந்தையை நீங்கள் பெறுவதே சரியானது.
தவறான முடிவையெடுத்து வாழ்க்கையைத்
தொலைத்துவிடாதீர்கள்", என்று அறிவுரைக் கூறி
அனுப்பியுள்ளார்.

திருமணம் ஆகாமல் கிடைக்கும் குழந்தையை தான்
எப்படிப் பெற முடியும்? என்றும் தந்தையும் தம்பியும

கலைத்தென்றல்.மு

என்னை வெறுத்து விடுவார்கள் என்றும் நினைத்துக் கதறுகிறாள்.

வீட்டுக்குச் சென்று பதட்டத்தில் என்ன செய்வதென்று அறியாது கத்தியை எடுத்துத் தறகொலைக்கு முயற்சிக்கிறாள். அவளது தங்கை அதனைத் தடுத்து அவளை அனைத்துக் கொள்கிறாள். இப்பிரச்சனைகள் அனைத்து ஒரே தீர்வு உள்ளது, அது உண்மையை எல்லோரிடமும் கூறுவதே என்று. இருப்பினும் ஒரு புறம் அவள் மனம் ஏற்க மறுத்தது. முதலில் தம்பியிடம் கூறிவிட்டுப் பிறகு தந்தையிடத்தில் கூறுவோம் என்று முடிவு செய்தனர்.

அவன் அவளும் அடுத்ததாக எங்கே செல்லலாம் என அவளிடம் கேட்க, எங்கு வேண்டுமானாலும் கூட்டிச் செல் என்கிறாள். இருவரும் பயணத்தை மீண்டும் தொடங்கினர். அப்பயணம் நிற்காமல் நீண்டது நெடுந்தூரம். தொடர்ந்துப் பயணித்துக்கொண்டே இருக்க, சூரியன் மறையும் நேரமும் நெருங்கியது. வீடு திரும்பினர் அங்கிருந்து.

செல்லும் வழியில் மீண்டும் இருவருக்கும் பசியுற்றதால், வீட்டுக்குச் சற்றுத் தொலைவில் இருந்தக் கடையில் உணவருந்தச் சென்றனர். அங்கே தேவையானவற்றைக் கேட்டுவிட்டு இருவரும் சிரித்துப்பேசிக் கொண்டிருகின்றனர்.

அங்கே ஒருவர், ஒட்டுமொத்தக் கடையும் பயத்தோடு எழுந்து வணக்கம் வைத்தனர். யாரென அவன் திரும்பிப் பார்க்கும்போது...

தேடல்

அவன் படத்தில் பார்த்த முகம் அவனுக்கு நேரில் தெரிந்தது. திகைத்துப்போய் அவரையே பார்த்துக்கொண்டிருக்கிறான். ஆனால் அவனால் அங்கு என்ன செய்ய வேண்டுமென்று அறியாமல் கையெடுத்து வணங்குகிறான்.

உடன் இருந்தவனுக்கோ ஒன்றும் புரியவில்லை எதற்காக இவன் இப்பொழுது வணங்குகிறான் என்று.

ஏனென்றால் அவர் இருந்தத் தோற்றம் அவரை வணங்க வைத்தது. நன்கு வகிடெடுத்து வாரப்பட்டிருக்கும் தலைமுடியும், வெந்நிற ஆடையில் பாதிரியார் போன்று அவர் அங்கே தன் குடும்பத்துடன் வந்திருந்தார்.
அருகிலிருந்தவரிடத்தல் விசாரித்ததில் அவர் அருகில் இருக்கும் கிறுத்துவச் சபையின் தூதர் என அறிந்துக்கொள்கின்றனர்.

பிறகு அவர் அங்கே உணவருந்துவதைக் கண்டு அவரைப் பின்தொடர முடிவெடுத்தான். அவளிடம் இதைப்பற்றிக் கூறினான். அதற்கு அவளோ, இப்பொழுது வேண்டாம் என்றும் அருகில் இருக்கும் தேவச்சபையைச் சார்ந்தவர்தான் எளிதில் கண்டறியலாம் என்றும் கூறி அந்நாளை மாற்றிக்கொள்ள விருப்பமின்றிக் கூறினாள். அவளைத் தனியே விட்டுச் செல்ல தயங்கி அடுத்த

நாள் செல்வோம் என்று அவளை அங்கிருந்து
அழைத்துச் செல்கிறான்.

இருவரும் அவ்விடத்தைவிட்டுச் சென்றனர். இருந்தும்
அவன் மனதில் ஒருபுறம் யாரவர் என்று கண்டறிய
ஆவலானான்.

(திரும்ப அவ்விடத்திற்கு விரையவேண்டி தன்
கைப்பேசியைத் தவறவிட்டு வந்தான்).

வீட்டிற்குச் சென்றப் பிறகு அவன் தன் கைப்பேசியை
மறந்துவிட்டதாகக் கூறித் திரும்பவும்
அவ்விடத்திற்குச் செல்கிறான். அவளுக்கோ
நன்றாகத் தெரிந்தது, காரணத்தோடுதான் விட்டு
வந்துள்ளான். இருப்பினும் அக்காவைப்
பார்த்துக்கொள்ள சென்ற வேகத்தில் அதனைக்
கேட்காமல் சென்று வருமாறு அனுப்பினாள். அவன்
அங்கே செல்லும் முன்"சற்றுமுன்னரே
கிளம்பியதாக" உரிமையாளர் கூறினார். அவரைப்
பற்றிய விவரங்களைக் கேட்டுத்
தெரிந்துக்கொள்கிறான்.

அருகில் அவர் கூறிய விலாசத்தைத் தேடி
உடனடியாகச் செல்கிறான்.
சென்ற இடத்தில் அவனுக்கு முதல் ஆச்சரியமான
நிகழ்வு என்னவென்றால், அங்கிருந்த அனைவருமே
ஒரே ஒரு மதத்தைச் சார்ந்தவராக இருந்தனர்.
வேற்று மதத்தவரை அச்சுரத்தி விரட்டும்
கொடூரமான இடம் அது. தன் குப்பத்தில் இருக்கும்
மக்கள் எவருக்குமே இப்படி ஒரு மதவெறிக்கொண்ட
இடம் இருப்பது தெரியாமலஏ இருந்திருக்கிறது.

அடுத்ததாக அவர் யாராலுமே காண முடியாத
அளவுக்குப் பெரியாளாக அங்கே வாழ்ந்து
வருகிறார்.

அவனோ நெற்றியில் என்றுமே பொட்டு வைக்காமல்
இருப்பதைக் கண்டு கிறுத்தவன் என்று
அருகிலிருந்த ஒருவர் முடிவுச் செய்துகொண்டு
அவனைப் பற்றி விசாரிக்கத் தொடங்குகிறார்.
அவனும் மலுப்பத்துடன் தானும் அருகிலிருக்கும்
குப்பத்தில் இருக்கும் சபைக்குச் செல்லும் வழியில்
இன்றே இவ்விடத்தைக் காண்பதாகக் கூறுகிறான்.

அதற்கு, "அச்சபையில் கிறுத்துவர்கள் மட்டும்தான்
இருப்பதாக எனக்குத்தெரியவில்லை, நீ இன்றுமுதல்
இச்சபைக்கு வந்துப் பிரார்த்தனைச் செய்",
என்கிறார் அவர்.

தானும் அதே யோசனையில் தான் அங்கு வந்ததாகக்
கூறி அவரோடுச் செல்கிறான். இதுவே தனக்கு
அவரை நெருங்குவதற்கான வழி என்று உடன்
சென்று அவ்விடத்தைப்பற்றியும் அவரைப்பற்றியும்
முழுவதுமாக விசாரிக்கத்தொடங்குகிறான்.
நாடெங்கிலும் கிறுத்துவர்களின் குறைகளை
நிறைவேற்றிக் கொடுக்கவும் தன் மதத்தவர் என்று
தெரிந்தால் எவரையும் தண்டிக்க மறுக்கும்
நற்குணம் கொண்டவராகவும் இதுவரை எவரும்
அவர்மீது சருக்கல்கள் இருப்பதாகக்
கூறியதில்லையென்றும் அவரே இவ்விடத்து
மக்களை மேண்மைப்படுத்தினார் என்றும் மனதில்
எண்ணிக்கொண்டே வாழ்ந்துள்ளனர்.

(அங்கு வருவதற்கு முன் என்னவாக
இருந்தாரென்பது அங்குள்ள மக்கள் எவருக்குமே
தெரியப்படவேயில்லை).

சமயம் வரும்வரைக் காத்திருந்துதான் ஆக
வேண்டுமென மனதில் நினைத்துக் கொண்டு
அவரோடு பேசிக்கொண்டிருக்கிறான்.

சபையில் அவரை அவன் காண்கிறான், அங்கிருந்தக்
கூட்டத்தில், அவன் ஒரு ஓரமாக அமர்ந்து
ப்ரார்த்திக்கிறான் தேவனை. (அப்பார்வையில்
அவன் எண்ணங்கள் முழுவதுமே அவனது
அன்னையைப் பற்றி மட்டுமே ஓடிக்கொண்டிருந்தன்,
எப்படியாவது அவரை நெருங்கி விசாரிக்க
வேண்டுமென்று.)

சபையும் கலைந்தது, அனைவரும் திரும்ப வீடுத்
திரும்பினர். அவன் உடன் இருந்தவர் அவனைக்
கட்டியனைத்து, "நீ எப்போது வேண்டுமானாலும்
இங்கு வரலாம். என் வீடு அருகில் தான் உள்ளது,
செல்வோம் வா", என்றார்.
இருள் சூழ்ந்த வேளையில் தன் சகோதரிகளைத்
தனிமையில் விட்டுவந்துவிட்டகாகக் கூறி
அவ்விடத்தைவிட்டுச் செல்கிறான்.

அங்கிருந்து திட்டம்தீட்டுவது அவசியம் என்று
எண்ணிக்கொண்டே செல்கிறான்.
ஆனால், செல்லும் பாதையில் ஒரு வாகனம் மோதி
சாலை ஓரத்தில் விழுந்துக் கிடக்கிறான். எவரும்
அவனைக் காணாமல் கூட சென்றனர்.

வழியற்ற வலிகள்

அங்கே நடந்துவந்த ஒரு திருநங்கை, அவனை
தண்ணீர் தெளித்து எழுப்பிவிடுகிறார்.

" என்ன தம்பி, என்ன நடந்தது? ஏன் இங்கே
விழுந்திருக்கிறாய்? கைகளில் காயங்கள் வேறு
ஆகியிருக்கிறது, எழுந்திரு மருத்துவமனைக்குச்
செல்வோம்", என்று அவனைத் தாங்கிக் கொண்டு
அருகில் இருந்த மருத்துமனையில் காயங்களுக்கு
மருந்துப் போட்டு வெளியே வந்தனர்.

"நீ எங்கே செல்லவேண்டும்? நான் உன்னை வீட்டில்
விட்டுவிடுகிறேன்", என்று அவனை பேருந்தில்
அழைத்துச் செல்கிறார் வாகனத்தை அங்கேயே
விட்டுவிட்டு.

வீடு வந்துச் சேர்ந்ததும் இரத்தக் காயங்களுடன்
அவனைக் கண்டதும் மூவரும் பதட்டம் கொண்டனர்.
அதிலும் அவளுக்கோ அவரைக் காணச் சென்ற
இடத்தில் எதுவும் பிரச்சனையோ என்று அச்சம்
கொள்கிறாள். உடன் வந்தவர் நடந்ததைக் கூறினார்,
பிறகுதான் அனைவரும் சமாதானம் ஆகினர்.
மருத்துவர் அவனை மேலும் ஒரு வாரத்திற்கு
வீட்டைவிட்டு வெளியே அனுப்ப வேண்டாம் என்றும்
வீட்டிலேயே ஓய்வு பெறுமாறும் கூறியுள்ளதாக
அவர்களிடத்தில் உரைக்கின்றார்.

தாங்கள் இவ்விருட்டில் தனியே செல்ல
வேண்டாமென்று, அவரையும் உடன்
தங்கிக்கொள்ளுமாறு வர்ப்புறுத்தினர்.
தந்தையும் அச்சமயம் உள்ளே வந்து நுழைய
நடந்ததைக் கேட்டுச் சற்றுக் கோபம் கொண்டு

அவனைத் திட்டுகிறார். இருப்பினும் பிறகு அவரே
சென்று அவனுக்காக மீன் குழம்பு வைத்து
அனைவருக்கும் ஊட்டிவிடுகிறார்.

திருப்பம்

நெஞ்சத்தில் மகிழ்வோடு அனைவரும் சேர்ந்து
உறங்கினர்.

பகலானதும் தான் செல்ல வேண்டிய நேரம்
வந்துவிட்டதாகவும் தன் தோழிகளைக் காணச்
செல்ல வேண்டுமென அவரும் செல்கிறார்.
மீண்டும் தன் தோழிகளோடும்
வந்தாகவேண்டுமென அன்பு மொழிகளோடு
வழியனுப்பி வைத்தனர்.

அவனுக்கோ அவரைப்பற்றின எண்ணங்கள்
மட்டுமே மனதில் ஓடிக்கொண்டிருந்தன. தந்தையும்
வேலைக்குச் செல்ல விரைந்தார்.
சகோதரிகளும் வீட்டுப்பணிகளைத் தொடர்ந்தனர்.
அவளுக்கு வழக்கமான வேலையாகவே மாறிவிட்டது
அவனைக் கவனித்துக் கொள்வது. அவள்
அவனோடே அமர்ந்து அவனேயே
கண்டுக்கொண்டிருந்தாள். எங்கு செல்வதாக
இருந்தாலும் அவனோடு அவள் இல்லாமல்
இருக்கமாட்டாள், அவளது காதல் எதையும் தடுக்க
விரும்பவில்லை...அவனும் அவளை மனைவியாகவே
ஏற்று வந்தான். இதையெல்லாம் கண்ட சகோதரிகள்
இருவருக்கும் அவர்களுக்குக் கூடிய விரைவில்
திருமணம் செய்விக்க விரும்பினர்.

சில நாட்களுக்குப் பிறகு, தன் உடல்நலம்
சிறப்படைவதை உணர்ந்தவன் தனக்கென
எல்லாவற்றையும் செய்துக்கொள்கிறான். (அவள்

கலைத்தென்றல்.மு

முகத்தில் அதில் சிறு சினுங்கல் அன்போடு அவனை
முறைப்பாள்)

அவள் பிறந்தநாளும் வந்துவிட்டது அவந்
படுக்கையில் இருந்தப்போதே, ஆனால் அவன்
உடல்நலத்தால் அதனைப்
பெரிதாக்கிக்கொள்ளாமல் அவனைக் கவனித்து
மகிழ்ந்தாள். அச்சமயம் அருகில் இருந்த
சிறுக்கழந்தைகள் அனைவரும் ஒன்று சேர்ந்து
அவளுக்காக வீட்டில் விழாவும் ஏற்பாடு செய்தனர்.
அன்று அவனை ஒரு செய்தி அவன் மனதைக்
குழப்பியது.

யாதெனில், தன் அக்காவின் வயிறு சற்றுப்
கெரிதாகியிருப்பதைக் காண்கிறான். ஆனால்,
அச்சமயம் அதைப் பெரிதாக்கிச் சங்கட்டம்
விளைவிக்க வேண்டாது விட்டுவிட்டான். அவன்
எண்ணத்தில் அன்று அவர்கள் மருத்துவமனைப்
பற்றியும் அக்காவின் நிலையைப் பற்றியும் சேர்த்து
சிந்திக்கையில் அவனது அக்கா கர்ப்பமாக
இருக்கிராரோ என்ற எண்ணம் தோன்றுகிறது. அவன்
அக்கா மீது அவனுக்கு அளவுக்கடந்த
நம்பிக்கையிருந்தும் அது அவனைத்
துன்புறுத்திக்கொண்டே இருந்ததால், அவன்
நேரடியாக மருத்துவரிடத்தில் சென்று விசாரிக்க
அவரும் முதலில் மறுத்துப் பிறகு தன் அக்கா கரு
கலைக்க வந்ததாக கூறியனுப்புகிறார்.

அங்கிருந்து நேராக வீட்டுக்குச் செல்கிறான். அன்று
மருத்துவரின் அவர்கள் பெற்ற சான்றிதழ்களைத்
தேடி எடுத்துப் பார்த்துக் கேட்கிறான் அவர்களிடம்.

இருவருக்கும் மனதில் மிகுந்த அச்சத்தொடு
இருக்கின்றனர்.

தம்பியிடம் உண்மையை மறைக்க
நினைக்கவில்லை இருப்பினும்
மறைத்ததையெண்ணி மன்றாடி நடந்ததைக் கூறத்
தொடங்குகிறார்கள் இருவரும்.

"அன்று நீங்கள் அனைவரும் விழாவிற்கு சென்ற நாள்,
யாரோ ஒருவர் நம் வீட்டு அருகில் இருந்த
குடிசையின் பின்னே இருந்து வந்து என்
வாய்ப்பொத்தி அக்குடிசைக்குள் தள்ளினார். நானும்
தப்பிக்க ஏதுவான வழிகளைத் தேடினேன் அவன்
என்னை அடித்து கைகளை என் துப்பட்டாவால்
கட்டிவிட்டான் நகர முடியாததுப்போல்.
அழுதுக்கொண்டே கத்தினேன், தங்கையோ
கழிவறைக்குச் செல்வதாகக் கூறி வரத்
தாமதமாகிவிட்டது, அதற்குள் அவன் என்னை
கற்பழித்துவிட்டான்", என்று அழுகிறாள் அவன் மீது
சாய்ந்துக்கொண்டு.

தங்கை அதன் பிறகு நடந்ததைக் கூறுகிறாள், "
அக்காவைக் காணவில்லையெனத் தேடிச் சென்று
வீட்டில் பார்த்தேன் இவளைக் காணாது
தேடும்பொழுது, ஒரு குரல் அழுதுக்கொண்டே
கதறுவதைக் கேட்டேன், அது அக்காவின் குரல் தான்
என்று வேவகமாகச் சென்றுப் பார்த்தேன், அவன்
அக்காவைச் சீறழித்துக் கொண்டிருந்தான்.
கண்டதும் எனக்கு வந்தக் கோபத்தில், அருகில்
கிடைத்தப் படகின் துடுப்பை எடுத்து அவன்
தலையில் அடித்து அடித்துக் கொன்றுவிட்டேன். நம்

அக்கா மீதிருந்த அன்பில் என் கண்கள் அனைத்துத் தவறான எண்ணங்களை மறைக்கச் செய்தது, தம்பி! எங்களை மண்ணித்து விடு", என்று புலம்பினாள்.

"குழந்தை உருவானது எனக்கும் அவளுக்கும் மட்டுமே தெரிந்தது, கலைத்துவிட்டால் எல்லாம் முடிந்துவிடும் என்று எண்ணினேன். ஆனால், குழந்தையின் வளர்ச்சியால் அக்கா உயிருக்கு ஆபத்து என்பதால் எங்களால் எதுவுமே செய்யமுடியவில்லையடா தம்பி. இவையெல்லாம் உன்னிடம் கூற வேண்டுமென முடிவெடுக்கும் தற்கொலைக்கெல்லாம் அக்கா முயற்சித்து விட்டாள், அவள் மீது எந்த தவறும் இல்லை. எந்த தண்டனை வேண்டுமானாலும் நான் ஏற்றுக்கொள்கிறேன்", என்றாள்.

அழுதுப்புலம்புகின்றனர் இருவரும். அவனுக்கோ கண்ணீரால் இதை ஏற்கும்முன் சட்டால் தன் தங்கைகளுக்கு என்னவெல்லாம் சிக்கல் வருமெனச் சிந்திக்கிறான்.

**தனக்கென இன்னல்வரின் தயங்கிடாது
தலைத்தூக்கடிப் பெண்ணே...
தற்காப்பில் நீ ஓங்கிடவே உறுதியுன்னை
உருக்கமாய் மாற்றும்...
ஏளனமாய் எண்ணுவோர்க்கு உன் பலத்தை
மிகுதியாக்கிக் கொள்...
அச்சத்தில் ஏற்படும் தவற்றால் உன்னை
தண்டிக்க முடியாது எவராலும்...
உடன்பிறப்பே உரைந்திடாதே...திடமாய்
இருப்பாயாக...**

என்று தன் தங்கைக்குத் தைரியம் ஊட்டுகிறான்.

தந்தை வந்ததும் நிகழ்ந்ததைக் கூறி நேரடியாக
காவல்துறையினரிடம் அழைத்துச் சென்று
நீதிபதியிடம் நீதி கேட்க வேண்டினர்.
ஆனால், உயர் அதிகாரியாகியவர் அதனை
மறுக்கிறார். ஏனென்று கேட்கையில், " இன்னும்
என்னுடைய விசாரணை முடியவில்லை, முடிந்தப்
பின்னரே நீதிபதியிடம் அழைத்துச் செல்லப்படும்",
என்று அவளைத் தனியே அறைக்குள் ஒரு பெண்
உதவிக்காவலாளியோடு இழுத்துச் செல்கிறார்.

அங்கே, "எதற்காக அவரைக் கொலைச் செய்தாய்?
அவர் உன்னை என்னச் செய்தார்?", என்று
மிரட்டினார் கடுங்கோவத்தோடு.

தன் அக்காவை அவன் தான் கற்பழித்தான்
என்னையும் ஏதாவது செய்து விடுவார் என்ற
பயத்தில் செய்ததாகக் கூறினாள்.

" நீ கொன்றது என் தம்பியை", என்று கண்களில்
கண்ணீரோடுத் திரும்பி நிற்கிறார் அவர். அங்கிருந்த
இருவருக்குமே அது ஆச்சரியமாகவிருந்தது.

அவள் மனதில் இவர் நம்மை எப்படியும் வெளிவிடப்
போவதில்லை என்பதை அறிந்தாள். தனக்கு
தண்டனை வாங்கித் தர முடியாவிட்டாலும் பழி
வாங்கியே தீருவார் என்றும் நினைத்துப் பயத்தில்
அமர்ந்திருந்தாள்.

உடன் இருந்தக் காவலாளிக்கும் அங்கிருந்து
வெளியே செல்ல அனுமதிக்கவில்லை.

இருந்தக் கோபத்தை முழுவதுமாகக் காட்ட மூங்கில்
கோலைக் கொண்டு மாட்டையடிப்பதுப் போல்
அடிக்கத் தொடங்கினார். அவளும் வலியில்
கத்திக்கொண்டேயிருக்க வெளியே இருந்தவர்கள்
பதறினர். அப்பாவும் தம்பியும் அதனைக் கேட்டனர்.
பிறகு, விசாரணை முடிந்தது என்றும் இப்பொழுது
நீங்கள் நீதிபதியிடம் அழைத்துச் செல்லலாம்
என்றும் கூறினார் திமிராக.

முழு உடை அனிந்துருந்ததில் காயங்கள் எதுவும்
வெளிப்படவில்லை. சத்தம் கேட்டதெல்லாம்
விசாரணையில் பதில் கூறாததால்
துன்புறுத்தியதால் ஏற்பட்ட சோர்வு மட்டும்
தெரிந்தது. கோபத்தில் காவலரை முறைக்கிறான்,
தந்தை அவனை இழுத்துச் செல்கிறார். அவன்
அக்காவைத் தன்னோடுச் சேர்த்துக்கொண்டே வீடுத்
திரும்ப யோசிக்கும் முன் நீதிபதியிடம்
இதைப்பற்றிக் தூற வேண்டி உள்காயங்களை
அவரிடத்தில் தன் அக்கா விசாரணையின்
துன்புறுத்தப்பட்டதன் ஆதாரமாய்க் காட்டினான்.

மனித உரிமையாளர்கள் விசாரணையில் அவரது
வேலையும் பறிப்போனது, உடன் இருந்த பெண்
காவலாளியோ உண்மையை அவருக்கு எதிராகக்
கூறியதால் பணிநீக்கம் செய்யாமல் அவருடையப்
பதவிக்கு இவரை நியமணம் செய்தார்.

சட்டப்படி தன் அக்காவை எந்தவொரு
பிரச்சனையையும் இன்றி வீட்டுக்குக் கூட்டிச்
செல்கிறான். ஆனால் இருக்கும் வஞ்சம் இவர்களைப்
பழி வாங்கத் துடித்தது. தன் தம்பியைக்
கொன்றவர்களை விடுவித்து விட்டனர் என்ற
விரக்தியிலும் தன் வேலையைப்
பறித்துக்கொண்டார்கள் என்ற தனக்கான சமயம்
வரும்வரைக் காத்திருக்கிறார்.

(அக்காவோடு அப்பா தம்பி மூவரும் வீடு
திரும்புகின்றனர்.)

அடுத்த நாள் முதல், அவன் அம்மாவைப் பற்றி
அறிந்துக்கொள்ள மீண்டும் அவ்விடத்திற்குச்
செல்கிறான்.

தினந்தினம் அவர்களோடு நன்றாக ஒன்று சேர்ந்து
உரையாடுகின்றான். அங்கிருந்தவரின் வீட்டிற்கு
ஒருநாள் செல்கிறான். அது ஒரு சிறிய வீடு, இரண்டு
முதல் மூன்று பேர் மட்டுமே வசிக்கும் அளவுக்கு
மட்டுமே இருந்தது.
ஆனால் அவருக்கோ இருப்பிள்ளைகள். ஒரு ஆண்,
மற்றொன்று பெண். சிறுப்பிள்ளைகள் இருவரும்
தாயை இழந்துத் தந்தையின் பாசத்தில்
வளர்ந்துவருகின்றனர்.
கனவறியாக் காலத்தில் அவருள் ஒருவர்க்கு மட்டும்
கைகள் மற்றும் கால்களில் விரல்களின் வளர்ச்சிச்
சற்று மங்கி சிறிது சிறிதாகத் தோற்றமளித்தது.
இவற்றுற்கிடையில் பள்ளி செல்வதை விடாது
செல்பவள் அவள்.

குடும்பப் பாரத்தைத் தன்னோடு ஏற்றிகரகொண்டு சர்ச்சைகள் அற்ற வாழ்க்கையை அவர் வாழ்ந்து வருவதைக் காண்கிறான். இருப்பினும் அவன் அவரை நெருங்க வழிகள் பற்றி அவரிடம் கேட்டுக்கொண்டேயிருக்கிறான். அவ்வூர் மக்களோடு மிகவும் நன்றாகவே ஒத்து வாழத்தொடங்கினான். தினம் காலை மற்றும் மாலை வேளையில் சபைக்கு வருவதை அவன் தவறவிடவில்லை.

அங்கிருந்த ஊர் மக்கள் அனைவருமே அவனை நண்பனாக உறவினராகவே காணத் தொடங்கினர்.

அவன் மிகுந்த நம்பிக்கைக் கொண்ட அவரிடம் மட்டுமே ஒரு நாள் தான் யாரென்றும், எதற்கென அங்கு வந்தானென்றும் கூறுகிறான். அவருக்கு அது அதிர்ச்சியாகவும் இருந்தது முட்டாள்தனமாகவும் இருந்தது. இருப்பினும் உறவாடியக் காலங்களில் அவன் எவருக்கும் எந்த தீங்கும் செய்ததில்லை இவனைக் காட்டிக்கொடுக்க அவருக்கு மனம் வரவில்லை.

அடுத்த சில மாதங்களில், தன்னால் அவரை நெருங்குவது மிகவும் கடினமான செயல் என்றும் தான் இனி இங்கு வருவது தன் குடும்பத்திற்கு ஆபத்து என்றும் கூறுகிறான். அதற்கு அவர், "நீ இங்கே வராமல் இருந்துவிட்டாயெனில் அனைவரும் உன்னால் வருத்தமடைவர், நீ எங்களூர ஒருவனானவன், ஏன் எங்களைப் பிரிய நினைக்கிறாய்?", என்றார்.

வழியற்ற வலிகள்

"அன்றாடம் நற்பணிகளைச் செய்து வரும்
நற்குனவாதிகளாயாக நீங்கள் என்னையும்
உங்களுள் ஒருவனாக்கியது எனக்கும் ஆனந்தமே,
இருப்பினும் நன்னவரின் குனம் யாதென்று உங்கள்
எவருக்கமே அறியப்படவில்லை. நாட்டிலே நல்லது
செய்வதாகக் கூறி உதவுபவர்கள் எண்ணிக்கைக்
குறைவாகவிருக்கலாம் , ஆனால் பேருக்கு உதவும்
அனைவரும் உங்களுக்கு
உன்னதமாகப்படுகிறார்கள். இவ்விடத்தில் நான்
எதிர்ப்பார்த்து வந்தது ஒரு விஷயம், ஆனால் இங்கே
உங்கள் நிலையைக் கண்டு நான் ஏன் இங்கே
வந்தேன் என்று வெட்கப்படுகின்றேன். எவனோ
ஒருவன் உங்களுக்கு உதவுகிறான் என்பதற்காக
அவனை நீங்கள் கடவுளாய் மதித்து வருகிறீர்கள்.
அவர் செய்த செயல்கள் எல்லாம் எனக்கும் எம் ஊர்
மக்களுக்கு மட்டுமே தெரிந்தது. என் அன்னையின்
கதறலுக்கும் ஒரு வகையில் இவனே காரணம். அதை
என்னவென்று கூடியவிரைவில் நான் அறிவது
நிச்சயம். அதற்கு முன் உங்களிடம் கேட்க வேண்டிய
கேள்விகள் பல உள்ளன".

" எதற்கு இந்தச் சாதி மதம் எல்லாம்? மதத்தை
வைத்து அவன் உங்களை நம்ப வைக்கிறான்
என்றால் அவனுக்கு உங்களிடத்தில் அன்புள்ளதாக
அர்த்தம் இல்லை உங்களிடம் அவன் எதிர்ப்பார்ப்பது
ஏதோ பெரிதானது என்பது உங்களுக்குப் புரிகிறதா
இல்லையா !?"

"சட்டத்தின் சாட்டையிலிருந்துத் தப்பித்துச்
சாந்தமான சாமியராகிவிட்டால் யாரும்

அறியாவிட்டால் அவன் உங்களுக்கெல்லாம்
துறவியாகப்படுகிறான் அல்லவா ?"

என்றெல்லாம் மக்களிடத்தில் சலசலப்பை
ஏற்படுத்திவிட்டு பதிலுக்காகக் காத்திருக்கிறான்.

அச்சமயம் தொலைக்காட்சியில் ஒரு பழைய
கொலை வழக்கில் அவனைக் காவலாளிகள்
தேடுவதாகவும் தப்பிச்செல்ல முயன்றப்பொழுது
சுட்டுக்கொள்ளப்பட்டதாகவும் செய்திகள்
வெளிவந்தன.

இதனால் மக்கள் மனதில் அவர் மீதிருந்த
நம்பிக்கையை இழந்து, அவன் கூறியதுப் போல்
அவ்விடத்தில் அனைவரும் தன் தவற்றை உணர்ந்து
மனம் நெகிழ்ந்து அவ்விடத்தில் இனி யாதொரு சாதி
மத பேதமின்றி வாழ்வோம் என்று வாக்களித்தனர்.

குப்பத்து மக்கள் செல்லும் அதே ஆலயத்திற்கு
அவவ்களை அழைத்துச் செல்கிறான்.
அங்கிருந்தவற்றையெல்லாம் கண்டவர்கள்
அங்கிருந்து செல்ல மனம் இல்லாது தினந்தினம்
காலை மாலை அங்கே வருவதாகக் கூறிச்
சென்றனர்.

தன் அக்காவிற்கும் குழந்தைப் பிறந்தது.
சிறுப்பிள்ளையைக் கருவில் அழிப்பது தவறென்று
அவனை தானே வளர்ப்பதாக ஏற்கின்றனர் அக்கா,
தம்பி, அப்பா மற்றும் அவள். சிறிதுகாலம் சென்றதும்
அவ்வூர் மக்களின் நடுவில் அவனுக்கும் அவளுக்கும்

திருமணம் நடைப்பெற்றது. மகிழ்வோடு திருமணம் ஏற்று வாழ்க்கையைத் தொடங்கினர்.

ஒருநாள் அவள் அவனிடம் கேட்கிறாள், "உன் அன்னையைக் கொன்றவன் இறந்துவிட்டான், ஆனால் யாரால் உன் அன்னைக்கு இவ்வளவு இன்னல் நடந்ததோ அவர் இருக்கும் இடம் இன்னமும் அறியப்படவில்லையே?", என்று கேட்டாள். அவன் அதற்கு, "ஒருநாளில்லை ஒரு அனைத்துக் கேள்விகளுக்கும் பதில் கிடைத்தே தீரும். இனிவரும் வாழ்க்கையை நாம் ஒன்றாகவே வாழ்வோம் ! மகிழ்வாக !", என்று இருவரும் உறங்குகின்றனர்.

அலையற்ற நடுக்கடலில் இருந்து ஒரு பெட்டி நகர்ந்துக்கொண்டிருந்தது, அதனை கயிற்றால் கட்டப்பட்டிருந்தது நாற்புறமும், கப்பலில் ஒருவர் அதனை மேலே தூக்குகிறார்.

அதில்...